ከማክዳ አርሺ

የዓለም መብራቶች

በተሰጥኦዋችሁ ትደምቅ ዓለማችሁ

ትርጉም፡ አንተነህ ከበደ
ሠዓሊ፡ ሲዳንት ጂምዴ
አርታኢ፡ ኃይለመለኮት መዋዕል

ይድረስ ለልጆቼ ለሂራ ዩሱፍ፤ ለኒና ዩሱፍ እና ለአያ ዩሱፍ። የእናንተ እናት ባልሆን ኖሮ ይህንን መጽሃፍ ባልጻፍኩ ነበር። ብርታቶቼ ናችሁ፤ ሕይወታችንን በደስታ ስለሞላችሁልን በጣም አመሰግናችኋለሁ። እስትንፋሴ እስካለች ድረስ እወዳችኋለሁ።

አክስት ላደረጋችሁኝ ደራርቱ ፡ ኑር ፡ ኒያና ፡ አይላ ፡ ተስኒም ፡ ሃኒም ፡ ሲሃም ፡ ጁዲ ፡ ዚክራ ፡ ሃኒም ሻፊ ፡ አዲላ ሻፊ ፡ ኒኮትሪሳ ፡ አቢጌል ፡ ኤማ ፡ ሃና ፡ ማያ ፡ እና ጋቢ ይህ መጽሐፍ ለናንተም ነው። በጣም እወዳችኋለሁ።

ለውድ ባለቤቴ ኢስማኤል ፤ ለማያቋርጠው ድጋፍህ ከልቤ አመሰግናለሁ።
ለቤተሰቦቼ እና ለጓደኞቼ ላቅ ያለ ምስጋና አቀርባለሁ።
እና ለመላው የፓክ ፐርፌክት ፓኬጂንግና ኅትመት ሠራተኞች ምስጋናዬ ይድረሳችሁ።

0911 16 10 48
0911 50 25 67
0973 32 63 62
® packperfect155@gmail.com
Address: Kera, Medina building
Addis Ababa, Ethiopia.

Published in association with Bear With Us Productions

www.justbearwithus.com

©2023 Makida Arshi

All rights reserved. No part of this book may be reproduced or used in any manner without written permission of the copyright owners except for the use of quotations in a book review or for educational purposes.

ከማክዳ አርሺ

የዓለም መብራቶች

በተሰጥኦዋችሁ ትደመቅ ዓለማችሁ

ትርጉም፡ አንተነህ ከበደ
ሠዓሊ፡ ሲዳንት ጁምዴ
አርታኢ፡ ኃይለመለኮት መዋዕል

ከእኛ አቅራቢያ ካለች ትንሽዬ መንደር ፣
አንዷ ከሌላዋ ፍጹም የተለዩ በችሎታ ነገር፣
ውድ ጓደኛሞች ይኖሩባት ነበር።
እጅግ በመዋደድ በፍቅር ቢኖሩም፣
በምኞት ሕልማቸው አይመሳሰሉም።

እናት አባታቸው የመጡበት ሀገር ፍጹም ቢለያይም፣
ከትውልድ ያገኙት፣ ቋንቋ እና ባህላቸው ባይመሳሰልም፣
ፍቅራቸው ትልቅ ነው፣ የተወለዱበት አንድ ነው ሀገሩም።

TIK TIK

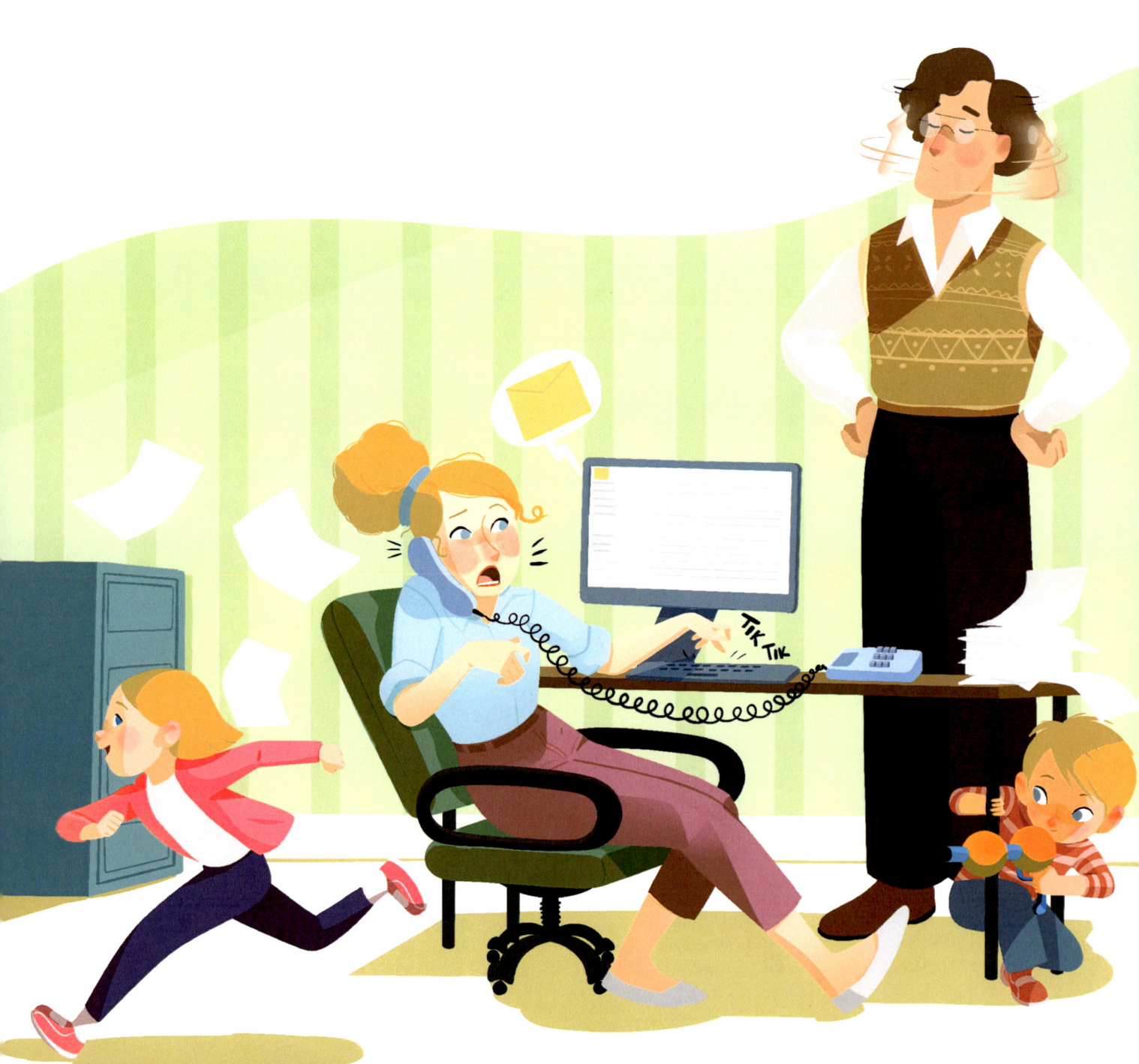

እኒህ ታዳጊዎች ዘመናዊው ኑሮ ያመጣባቸውን፣
ለሴት ልጆች ምርጫ ዕድል አይሴጤውን፡፡

ከሥራና ከልጅ ምረጡ እያለ፣
ወይ ማግባት ወይ ብቻን ደስታ እያጣጣለ፣
ቢያስጨንቃቸውም ቅስም እያሰለለ...

እናም.....

ቃል-ኪዳን አ'ረጉ እርስ በራሳቸው ሊኖሩ በደስታ፣
መጪ ሕልማቸውን በፍጹም ላይረሱ፣
በብርታት ለመዝለቅ ከግብ እስኪደርሱ።

ይገባታልና ሁሏም ሴት ብቃቱ፣ እስከ ሴት ማዕረግ እስከ በረከቱ፣
በመንፈስ በርትቶ፣ በውበት አጊጦ፣ እጅግ መበርታቱ፣

ነገን እያሰቡ ሁሉም አደነቁ ሁሉም ጠነከሩ፣
አንዷ ያንዷን ስኬት፣ የሚሰሙበትን ቀጠሮ ቀጠሩ፣

በእርግጥ ጓጉታችኋል አድገው እሚሆኑትን ለመስማት ከእነርሱ፣
ገጹን ግለጡና በሉ ተመልከቱ፣ ከየታሪካቸው ፣ የት እንደደረሱ።

ባለ ደግ ልቧ ጎበዟ ልጅ ሰላም ፣
ልጆች በመንደሯ፣ በጨዋታ መሀል ወደቁ ተጎዱ፣ ሲባል ዝም አትልም፣
ፈጥና ትገኛለች፣ የተጎዳውን ሰው ልታድን ልታክም።

ልጆችን በመርዳት ታገኛለች ደስታ፣
ከዚህ በላይ የለም፣ ለሰላም የሚሰጥ ልባዊ ርካታ፣
ትኩረቷ፣
ብርታቷ፣
ብሩህ ጭንቅላቷ፣
አንደኛ አድርጓታል ሁሌም በትምህርቷ።

ከሃያ ዓመት ወዲህ የት እንደደረሰች እስኪ ተመልከቱ፣
እንደ ተመኘችው ሁሉም የሚወዳት ዶክተር ሆነች ብርቱ።

አክማ ምታድን ፣
ቁስልን የምትጠግን፣
የየዕለት ውሎዋ ፣
በፍቅር....
በክብር....
የሞላ ዘወትር።

የፕሪያ ወላጆች እንደዚህ ይላሉ፤
"ትንሿ ፕሪያ ያኔ ልጅ እያለች ፤
ወደ ላይ ወደ ላይ፣ መብረር ትወዳለች።"

የልጅነት ሕልሟ በአእምሮዋ ብርታት ደረሰ ስኬት ላይ፣
ፕሪያ እንዳደገች አውሮፕላን ይዛ ወጣች ወደ ሰማይ።

ነገር ግን ፕሪያ ልጅ... እንደወለደች፣
በጣም የሚወደድ አዲስ ሕልም አገኘች።
ሥራዋን አቋርጣ አውሮፕላን ማብረር፣
እቤቷ እየዋለች፣ ልጆቿን በምቾት ትንከባከብ ጀመር።

አሪዞ ብሩህዋ ጥበብ ትወዳለች ፣
ዓለም የሚለውጥ፣ ሥራ እንደምትሠራ ሁሌም ታልማለች።

ብቻ ባገኘችው በቾክ ይሁን በ′ርሳስ፣ አለያም በቀለም፣
ግድግዳ አይቀራትም፣ ወረቀትም ሆነ ወይም በመሬትም፣
አስደናቂ ሥዕል ለመሣል አትሰንፍም።

ዛሬማ አሪዞ አድጋ፣ የሥዕል መሸጫ ጋለሪ ከፍታለች ፣
በድንቅ ሥዕሎቿ እየተደነቀች ፣ እየተደሰተች ፣
ሁሌም ትኖራለች።

ሥዕሏን የገዙ ደንበኞቿ ሁሉ፣
ብርሃንን የሚያፈልቅ ሥራዋን ያያሉ፣
ግሩም ነው ጥበቧ፣ ብለው ያደንቃሉ።

ትንሿ ዳያና የዕድሜ እኩዮቿን ታበረታታለች፣
"ካሰብነው ለመድረስ ጠንክረን ከሠራን፣
ትልቅ እንሆናለን" ምንግዜም ትላለች።

ሰዎችን ሰብስባ በውብ ንግግሯ ትፈጥራለች ደስታ፣
የከፋው ቢመጣ በሳቅ ይመለሳል እንዲሁም በርካታ።

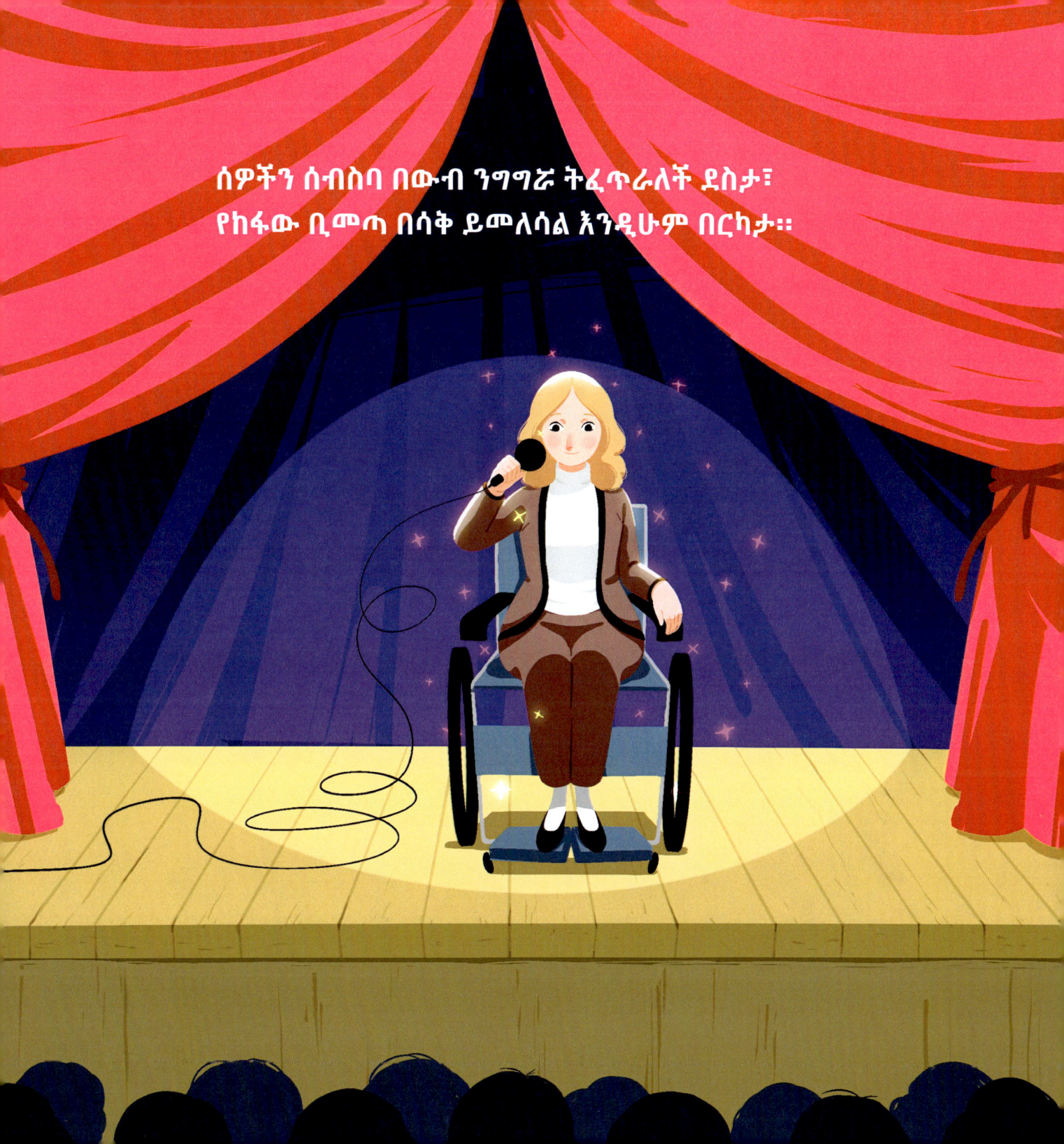

የትንሿ ኢዛቤል የየዕለት ሥራ፣
መንከባከብ ሆነ አሻንጉሊቶቿን ሁሌም አዘውትራ፣
አጥባ እና መግባ፣
ሲደክሙ አስተኝታ፣
ደግሞም አስተምራ።

ስለዚህ ስታድግ ስትወልድ አግብታ፡-
ውጪ ወጥቶ ከመሥራት፣ ከቤት እየዋለች ልጇቿን ማሳደግ፣
መረጠች በደስታ የሕይወቷን ፈለግ።
እስኪ ተመልከቷት ስትቦርቅ በደስታ
ከሰባት ልጆቿ፣ በሃሴት በፍቅር፣ በሳቅ በፈገግታ።

ሊ መረጃና ዕውቀትን በጣሙን ትሻለች ፤
ስለሁሉም ነገር ማንበብ-መመራመር በጣም ትወዳለች ፤

ትልልቅ መጻሕፍት የያዙትን ዕውቀት ትመረምራለች፤
ይህንን ልማዷን እስካደገች ድረስ ይዛው ቆይታለች።

ዛሬም ትልቅ ሆና ዕውቀት እና እውነትን በጣም ትወዳለች፣
እስኪ እንጠይቃችሁ፣ ምን ሊሆን ይችላል ታዲያ የሊ ሥራ?

አዎን... ሊ ወጣቷ ተመራማሪ ናት እቤቷ እምትሠራ፣
ለብቻዋ እምትኖር፣ ደግሞም በተግባሯ ብርቱና ጠንካራ፣
ልጅ የላት፣
እንስሳት ፣
ወይንም ባለቤት ፣
ግን
በሕይወት-ተግባሯ እጅግ ደስተኛ ናት።

በጣም ደስ ይላታል፤ ቸልሲ ትምህርት ቤት ልጆች ስታስረዳ ፣
ያልገባቸው ካለ ለዕውቀትና ሐሳብ እንዳይሆኑ እንግዳ።

ታዲያ ዛሬም ቢሆን ለልጅ ፍቅር አላት፣
ምንም ባትወልዳቸው ፣ አሷው ናት መጋቢ፣ የዕውቀትን ትሩፋት ፣

መምህርቷ ቸልሲ፣
የልጆች አእምሮ ጎልብቶ ማየት ነው ሁሌም ሆኖ ደህና፣
ነገር ግን በቤቷ፣
በፍጹም ጸጥታ መኖር ምርጫዋ ነው ከባሏ ጋር ሆና።

ክርክር መውደዷ ለትንሿ አሌክስ ጥርጥር የለውም፤
ደግሞም በጸባይዋ የማንንም ስሕተት በፍጹም አታልፍም።

እጅጉን ታላቅ ነው፤ ጥሩ ነገሮችን የመሥራት ጉጉቷ፤
በንግግርና በቅስቀሳ ብዛት፣ የሚረታት የለም ድንቅ ነው ብርታቷ።

አሁን የምክር ቤት አባል ናት ተመርጣ፣
ሰውን የሚጠቅም ሐሳብ ትወዳለች፣ ከሁሉ አስበልጣ፤

ማን ያውቃል አንድ ቀን፣ የሀገሯንም ሕዝብ እንደምትመራ፣
ተሰክቶ ማየት ነው ፣ ያንን ታላቅ ሕልሟን ሁሌም በተግባሯ።

ጀብዱ ለምትወደው ጠፈር አፍቃሪዋ ታዳጊዋ አዳ፣
ከክዋክብት ወዲህ መሆን ምኞቷ ነው የጨረቃ እንግዳ።

ሁሌም በየቀኑ የመስታወት ጭምብል በራሷ አጥልቃ፣
አዋጅ ታውጃለች ጠፈርተኝነቷን ዘወትር አልቃ።

እናም ትለናለች....።

“እኔን በመሬት ላይ አታዩኝም ዛሬ፣

ጠፈር ጣቢያ ላይ ነው፣ የዓመቱ አጋማሽ ውሎና አዳሬ።

” ቁልቁል ወደ መሬት ማየት ሃሴቷ ነው ፣

ባህል ካልገደበው ፣

ዘር ቀለም ካልለየው ፣

ከላይ ከጠፈር ላይ ከሰማያት ካለው ፣

በፍጹም ጸጥታ ግርማ ከለበሰው።

በዚህ ውብ ታሪክ ውስጥ እንደምታነቡት፡
ሁሉም ቢለያዩም በስራ ሞያቸው ፣
ዛሬም ድረስ አለ ጓደኝነታቸው ፣
ፍቅር መዋደድን ዘርቶ እያበቀለ በመካከላቸው።።

ታዲያ ለእናንተ፡-
መልእክት ሊነግሯችሁ በእጅጉ ይሻሉ፣
በሕይወት ጉዟችሁ ፈተና ሲያጋጥም እንድትሻገሩ፤

"በሞገስ እደጉ:-
ደግሞም ምርጫችሁን ክሂሎታችሁን ተረዱና አጥብቁ፤
ዓለም የምትደምቀው:
በእናንተ ደስታ እና፤ በተሰጥኦዋችሁም መሆኑን ዕወቁ::"

ማክዳ አርሺ ደራሲት እና ነርስ ናት:: ከባለቤቷ ከዶ/ር ኢስማኤል ዩሱፍ እና ከሦስት ሴት ልጆቿ ከሂራ፣ ኒና እና አያ ጋር አሜሪካን ሀገር ቨርጂኒያ ግዛት የምትኖር ትውልደ ኢትዮጵያዊት ናት::

ማኅበረሰቡ ከሴቶች የሚጠብቀውን ነገር አስመልክቶ ሁሌም የሚያሳስባት ማክዳ ወጥቶ በመሥራትና ቤት ውሎ ልጆቿን በማሳደግ ወይም ሁለቱንም በጋራ በማስኬድ መካከል ባሉት ከባድ ምርጫዎች መሀል ለውሳኔ ተቸግራ በነበረበት ወቅት፣ የትኛውንም መንገድ ብትመርጥ ማኅበረሰቡ አሉታዊ ተጽዕኖ የሚያሳድር ትችት ከማድረግ እንደማይመለስ ስትረዳ ፣ በጉዳዩ ላይ አዎንታዊ ተጽዕኖ ለማሳደር ቁልፍ ሚናን ለማከናወን ወሰነች ።

ለዚህም ነው ይህንን መጽሐፍ በመጻፍ ታዳጊ አንባቢዎች፣ በተለይም ታዳጊ ሴቶች ፣ የትኛውንም የሕይወት መንገድ በመምረጥ ደስተኛና ስኬታማ ሕይወት ሊመሩ እንደሚችሉ ማሳየት የፈለገችው።

የአማርኛ ፊደላት እና የግዕዝ ቁጥሮች

ሀ	ሁ	ሂ	ሃ	ሄ	ህ	ሆ					
ለ	ሉ	ሊ	ላ	ሌ	ል	ሎ			ሏ		
ሐ	ሑ	ሒ	ሓ	ሔ	ሕ	ሖ			ሗ		
መ	ሙ	ሚ	ማ	ሜ	ም	ሞ			ሟ		
ሠ	ሡ	ሢ	ሣ	ሤ	ሥ	ሦ			ሧ		
ረ	ሩ	ሪ	ራ	ሬ	ር	ሮ			ሯ		
ሰ	ሱ	ሲ	ሳ	ሴ	ስ	ሶ			ሷ		
ሸ	ሹ	ሺ	ሻ	ሼ	ሽ	ሾ			ሿ		
ቀ	ቁ	ቂ	ቃ	ቄ	ቅ	ቆ	ቈ	ቊ	ቋ	ቌ	ቍ
በ	ቡ	ቢ	ባ	ቤ	ብ	ቦ			ቧ		
ቨ	ቩ	ቪ	ቫ	ቬ	ቭ	ቮ			ቯ		
ተ	ቱ	ቲ	ታ	ቴ	ት	ቶ			ቷ		
ቸ	ቹ	ቺ	ቻ	ቼ	ች	ቾ			ቿ		
ኀ	ኁ	ኂ	ኃ	ኄ	ኅ	ኆ	ኈ	ኊ	ኋ	ኌ	ኍ
ነ	ኑ	ኒ	ና	ኔ	ን	ኖ			ኗ		
ኘ	ኙ	ኚ	ኛ	ኜ	ኝ	ኞ			ኟ		
አ	ኡ	ኢ	ኣ	ኤ	እ	ኦ			ኧ		
ከ	ኩ	ኪ	ካ	ኬ	ክ	ኮ	ኰ	ኲ	ኳ	ኴ	ኵ
ኸ	ኹ	ኺ	ኻ	ኼ	ኽ	ኾ	ዀ	ዂ	ዃ	ዄ	ዅ
ወ	ዉ	ዊ	ዋ	ዌ	ው	ዎ					
ዐ	ዑ	ዒ	ዓ	ዔ	ዕ	ዖ					
ዘ	ዙ	ዚ	ዛ	ዜ	ዝ	ዞ			ዟ		
ዠ	ዡ	ዢ	ዣ	ዤ	ዥ	ዦ			ዧ		
የ	ዩ	ዪ	ያ	ዬ	ይ	ዮ					
ደ	ዱ	ዲ	ዳ	ዴ	ድ	ዶ			ዷ		
ጀ	ጁ	ጂ	ጃ	ጄ	ጅ	ጆ			ጇ		
ገ	ጉ	ጊ	ጋ	ጌ	ግ	ጎ	ጐ	ጒ	ጓ	ጔ	ጕ
ጠ	ጡ	ጢ	ጣ	ጤ	ጥ	ጦ			ጧ		
ጨ	ጩ	ጪ	ጫ	ጬ	ጭ	ጮ			ጯ		
ጰ	ጱ	ጲ	ጳ	ጴ	ጵ	ጶ			ጷ		
ጸ	ጹ	ጺ	ጻ	ጼ	ጽ	ጾ			ጿ		
ፀ	ፁ	ፂ	ፃ	ፄ	ፅ	ፆ					
ፈ	ፉ	ፊ	ፋ	ፌ	ፍ	ፎ			ፏ		
ፐ	ፑ	ፒ	ፓ	ፔ	ፕ	ፖ			ፗ		

፩	፪	፫	፬	፭	፮	፯	፰	፱	፲
1	2	3	4	5	6	7	8	9	10
፳	፴	፵	፶	፷	፸	፹	፺	፻	፼
20	30	40	50	60	70	80	90	100	10000

www.ingramcontent.com/pod-product-compliance
Lightning Source LLC
Chambersburg PA
CBRC090841120626
46551CB00008B/721

9798987088210